Impressum

Verlag: BABADADA GmbH, Nedderfeld 112 , 22529 Hamburg

Geschäftsführer / Verlagsleitung: Harald Hof

Druck: Books on Demand GmbH, In de Tarpen 42, 22848 Norderstedt

Imprint

Publisher: BABADADA GmbH, Nedderfeld 112 , 22529 Hamburg, Germany

Managing Director / Publishing direction: Harald Hof

Print: Books on Demand GmbH, In de Tarpen 42, 22848 Norderstedt, Germany

பிரித்தல்
diviser

186/2

பலகை
le tableau noir

பள்ளிக்கூட அறை
la salle de classe

ஆசிரியர்
l'enseignant

பள்ளி முற்றம்
la cour de récréation

காகிதம்
le papier

எழுது
écrire

பேனா
le stylo

மேசை
le bureau

ஸ்கேல்
la règle

புத்தகம்
le livre

மாணவ
l'élève

சட்செல்
....
le sac d'école

பென்சில் டப்பா
....
la trousse

பென்சில்
....
le crayon

பென்சில் ஷார்ப்னர்
....
le taille-crayon

ரப்பர்
....
la gomme

படங்கள் அட்டவணை
....
le dictionnaire visuel

வரையும் அட்டை

le carnet à dessin

வரைதல்

le dessin

வண்ணத் தூரிகை

le pinceau

சாயப் பெட்டி

la boîte de peinture

கத்தரிக்கோல்

les ciseaux

பசை

la colle

பயிற்சிப் புத்தகம்

le cahier d'exercices

வீட்டுப் பாடம்

les tâches

எண்

le chiffre

கூட்டல்

additionner

கழித்தல்

soustraire

பெருக்கல்

multiplier

கணக்கிடு

calculer

கடிதம்

la lettre

அரிச்சுவடி

l'alphabet

வார்த்தை

le mot

உரை

le texte

வாசி

lire

சாக்பீஸ்

la craie

பாடம்

la leçon

பதிவேடு

le livre de classe

தேர்வு

l'examen

சான்றிதழ்

le certificat

பள்ளி சீருடை

l'uniforme scolaire

கல்வி

la formation

என்சைக்ளோபீடியா

le lexique

பல்கலைக்கழகம்

l'université

நுண்ணோக்கி

le microscope

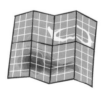

வரைபடம்

la carte

குப்பைத் தொட்டி

la corbeille à papier

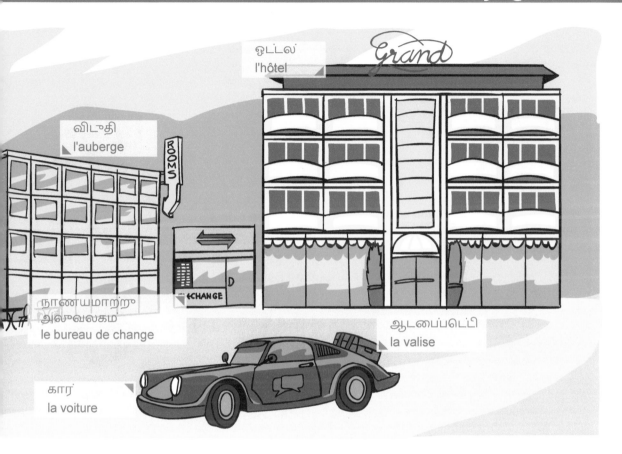

பயணம்

le voyage

ஓட்டல்
l'hôtel
விடுதி
l'auberge
CHANGE
நாணயமாற்று அலுவலகம்
le bureau de change
ஆடைப்பெட்டி
la valise
கார்
la voiture

மொழி

la langue

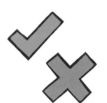

ஆம் / இல்லை

oui / non

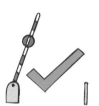

சரி

d'accord

ஹலோ

Salut

மொழிபெயர்ப்பாளர்

l'interprète

நன்றி

merci

… எவ்வளவு?

Combien coûte…?

எனக்குப் புரியவில்லை

Je ne comprends pas

பிரச்சனை

le problème

நல்லதொரு மாலை வேளையாகட்டும்!

Bonsoir!

காலை வணக்கம்!

Bonjour!

இரவு வணக்கம்!

Bonne nuit!

டாட்டா

Au revoir

திசையில்

la direction

சாமான்களை

les bagages

பை

le sac

பை

le sac-à-dos

விருந்தினர்

l'hôte

அறை

la pièce

தூக்க பை

le sac de couchage

கூடாரம்

la tente

சுற்றுலா தகவல்
l'office de tourisme

கரையோரம்
la plage

கடன் அட்டை
la carte de crédit

காலையுணவு
le petit-déjeuner

பகலுணவு
le déjeuner

இரவுணவு
le dîner

டிக்கெட்
le billet

லிப்ட்
l'ascenseur

முத்திரை
le timbre

எல்லை
la frontière

சுங்கத் துறையினர்
la douane

தூதரகம்
l'ambassade

விசா
le visa

கடவுச்சீட்டு
le passeport

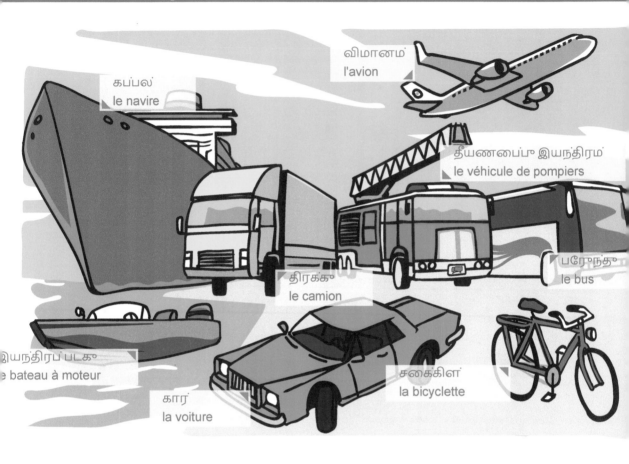

போக்குவரத்து
le transport

l'avion
le navire
தீயணைப்பு இயந்திரம்
le véhicule de pompiers
பேருந்து
le bus
திரக்கு
le camion
இயந்திரப் படகு
e bateau à moteur
கார்
la voiture
சைக்கிள்
la bicyclette

பாதைப் படகு

le ferry

படகு

la barque

மோட்டார் சைக்கிள்

la moto

பொலீஸ் கார்

la voiture de police

பந்தயக் கார்

la voiture de course

வாடகைக் கார்

la voiture de location

கார் பகிர்வு
....
l'autopartage

இழுவைத் திரக்கு
....
la dépanneuse

குப்பை வண்டி
....
la benne à ordures

மோட்டார்
....
le moteur

எரிபொருள்
....
l'essence

பெட்ரோல் ஸ்டேஷன்
....
la station d'essence

போக்குவரத்து அடையாளம்
....
le panneau indicateur

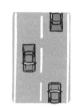

போக்குவரத்து
....
le trafic

போக்குவரத்து நெரிசல்
....
l'embouteillage

தரிப்பிடம்
....
le parking

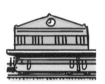

ரயில் நிலையம்
....
la gare

தடங்கள்
....
les rails

தொடருந்து
....
le train

டிராம்
....
le tram

மூடுவண்டி
....
le wagon

ஹெலிகாப்டர்

....

l'hélicoptère

விமான நிலையம்

....

l'aéroport

கோபுரம்

....

la tour

பயணிகள்

....

le passager

கொள்கலன்

....

le container

அட்டைப்பெட்டி

....

le carton

வண்டி

....

le chariot

கூடை

....

la corbeille

தரையேற்றம்/தரையிறக்கம்

....

décoller / atterrir

நகரம்

la ville

கிராமம்

....

le village

மால்

....

le centre-ville

வீடு

....

la maison

சினிமா
le cinéma

விளம்பரம்
la publicité

தெரு விளக்கு
le réverbère

தெரு
la rue

வாடகை
வண்டி
le taxi

சிற்றுண்டிக் கடை
le kiosque

பாதசாரி
le piéton

நடைபாதை
le trottoir

போக்குவரத்து
விளக்குகள்
les feux de circula

கிராசிங்
le carrefour

ஜீப்ரா கிராசிங்
le passage piéton

தொட்டி
la poubelle

குடிசை
....
la cabane

பிளாட்
....
l'appartement

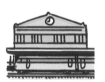

ரயில் நிலையம்
....
la gare

டவுன் ஹால்
....
la mairie

அருங்காட்சியகம்
....
le musée

பாடசாலை
....
l'école

பல்கலைக்கழகம்

....

l'université

வங்கி

....

la banque

மருத்துவமனை

....

l'hôpital

ஒட்டல்

....

l'hôtel

மருந்துக் கடை

....

la pharmacie

அலுவலகம்

....

le bureau

புத்தகக் கடை

....

la librairie

கடை

....

le magasin

பூக்கடை

....

le fleuriste

சூப்பர் மார்கட்

....

le supermarché

சந்தை

....

le marché

டிபார்ட்மென்ட் ஸ்டோர்

....

le grand magasin

மீன்பிடி
தொழிலாளர்கள்

....

la poissonnerie

பல்கடை அங்காடி

....

le centre commercial

துறைமுகம்

....

le port

பூங்கா
....
le parc

பனெ்ச்
....
la banque

பாலம்
....
le pont

மாடிப்படி
....
les escaliers

அண்டர் கிரவுண்ட்
....
le métro

சுரங்கப்பாதை
....
le tunnel

பேருந்து நிறுத்தம்
....
l'arrêt de bus

பார்
....
le bar

உணவகம்
....
le restaurant

அஞ்சற்பெட்டி
....
la boîte à lettres

தெரு அடையாளம்
....
le panneau indicateur

தரிப்பு அளவி
....
le parcomètre

விலங்குக் காட்சிச்சாலை
....
le zoo

நீச்சல் குளம்
....
le réverbère

மசூதி
....
la mosquée

பணணை

la ferme

மாசு

la pollution

இடுகாடு

le cimetière

தவோலயம

l'église

விளயைாட்டு
மதைானம

l'aire de jeux

கோவில

le temple

தரதைத்தோறறம
le paysage

இலை
la feuille
திசை காட்டி
le panneau indicateur
வழி
le chemin
புல்தரை
le pré
கல
la pierre
ஹைக்கர
le randonneur
மரம
l'arbre
ஆறு
la rivière
புல
l'herbe
பூ
la fleur

பள்ளத்தாக்கு

la vallée

மலை

la montagne

ஏரி

le lac

காடு

la forêt

பாலைவனம்

le désert

எரிமலை

le volcan

கோட்டை

le château

வானவில்

l'arc-en-ciel

காளான்

le champignon

பனை மரம்

le palmier

கொசு

le moustique

ஈ

la mouche

எறும்பு

les fourmis

தேனீ

l'abeille

சிலந்தி

l'araignée

வண்டு
....
le scarabée

தவளை
....
la grenouille

அணில்
....
l'écureuil

ஹெட்ஜ்ஹாக்
....
le hérisson

முயல்
....
le lapin

ஆந்தை
....
la chouette

பறவை
....
l'oiseau

அன்னம்
....
le cygne

பன்றி
....
le sanglier

மான்
....
le cerf

கடமான்
....
l'élan

அணை
....
le barrage

காற்றாலை விசையாழி
....
l'éolienne

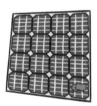

சூரிய தகடு
....
le panneau solaire

வானிலை
....
le climat

உணவகம்
le restaurant

le serveur
பொருட்பட்டியல்
le menu
நாற்காலி
la chaise
சூப்
la soupe
பீசா
la pizza
மேசை விரிப்பு
la nappe
கிட்சன் சாமான்
les services

ஸ்டார்ட்டர்

les hors d'œuvre

பிரதான உணவு

le plat principal

இனிப்பு

le dessert

பானங்கள்

les boissons

உணவு

l'alimentation

பாட்டில்

la bouteille

ஃபாஸ்ட் ஃபூட்

....

le fast-food

சாலையோர உணவு

....

les plats à emporter

தேநீர்க் குடம்

....

la théière

சர்க்கரை பெட்டி

....

le sucrier

பகுதி

....

la portion

எஸ்பிரசோவின் இயந்திரம்

....

la machine à expresso

உயர் நாற்காலி

....

la chaise haute

ரசீது

....

la facture

டிரே

....

le plateau

கத்தி

....

le couteau

முட்கரண்டி

....

la fourchette

கரண்டி

....

la cuillère

தேக்கரண்டி

....

la cuillère à thé

துடைப்பான்

....

la serviette

கண்ணாடிக் குவளை

....

le verre

தட்டு

l'assiette

சூப் தட்டு

l'assiette à soupe

சிறு தட்டு

la soucoupe

சுவைச்சாறு

la sauce

உப்பு குலுக்கி

la salière

மிளகு ஆலை

le moulin à poivre

வினீகர்

le vinaigre

எண்ணெய்

l'huile

மசாலா பொருட்கள்

les épices

கெச்சப்

le ketchup

கடுகு

la moutarde

மயொனீஸ்

la mayonnaise

சூப்பர் மார்க்கட்
le supermarché

சிறப்புச் சலுகை
l'offre promotionnelle
வாடிக்கையாள
ர்
le client
பால்
les produits laitiers
பழவகை
les fruits
தள்ளுவண
டி
le caddie

இறைச்சிக் கடை

la boucherie

பேக்கரி

la boulangerie

எடை

peser

காய்கறிகள்

les légumes

இறைச்சி

la viande

பதப்படுத்தப்பட்ட உணவு

les aliments surgelés

குளிர்ந்த இறைச்சி

....

la charcuterie

டின்னில் பேக் செய்த உணவு

....

les conserves

சலவைத் தூள்

....

la poudre à lessive

இனிப்புப் பண்டங்கள்

....

les bonbons

வீட்டுப் பாவனைப் பொருட்கள்

....

les articles ménagers

துப்புரவு பொருட்கள்

....

les détergents

விற்பனையாளர்

....

la vendeuse

காசு முட்டி

....

la caisse

கேஷியர்

....

le caissier

ஷாப்பிங் பட்டியல்

....

la liste d'achats

தொடக்க நேரம்

....

les heures d'ouverture

பணப்பை

....

le portefeuille

கடன் அட்டை

....

la carte de crédit

பை

....

le sac

நெகிழிப் பை

....

le sac en plastique

பானங்கள்

les boissons

நீர்

l'eau

பழச்சாறு

le jus de fruit

பால்

le lait

கோக்

le coca

வைன்

le vin

பீர்

la bière

மது

l'alcool

கொக்கோ

le chocolat chaud

தேநீர்

le thé

காபி

le café

எஸ்பிரசோ

l'expresso

காப்புசினோ

le cappuccino

உணவு
l'alimentation

வாழைப் பழம்

....

la banane

ஆப்பிள்

....

la pomme

ஆரஞ்சு

....

l'orange

தர்பூசணி

....

le melon

எலுமிச்சை

....

le citron

கரேட்

....

la carotte

பூண்டு

....

l'ail

மூங்கில்

....

le bambou

வெங்காயம்

....

l'oignon

காளான்

....

le champignon

பருப்பு வகைகள்

....

les noisettes

நூடுல்ஸ்

....

les pâtes

ஸ்பகெட்டி

....

les spaghettis

அரிசி

....

le riz

சாலட்

....

la salade

சிப்ஸ்

....

les frites

பொரித்த
உருளைக்கிழங்கு

....

les pommes de terre rôties

பீசா

....

la pizza

ஹாம்பர்கர்

....

le hamburger

சான்ட்விட்ச்

....

le sandwich

கட்லெட்

....

l'escalope

ஹாம்

....

le jambon

சலாமி

....

le salami

சாசஜ்

....

la saucisse

சிக்கன்

....

le poulet

வறுத்தது

....

le rôti

மீன்

....

le poisson

ஓட்ஸ் கஞ்சி

les flocons d'avoine

மூஸ்லி

le muesli

கார்ன் ஃபிளேக்ஸ்

les cornflakes

மாவு

la farine

கிராய்சன்ட்

le croissant

பிரட் ரோல்

les petits-pains

பிரட்

le pain

டோஸ்ட்

le pain grillé

பிஸ்கட்கள்

les biscuits

வெண்ணெய்

le beurre

தயிர்

le fromage blanc

கேக்

le gâteau

முட்டை

l'œuf

வறுத்த முட்டை

l'œuf au plat

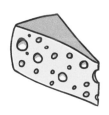

சீஸ்

le fromage

ஐஸ் கிரீம்

....

la glace

சர்க்கரை

....

le sucre

தேன்

....

le miel

ஜாம்

....

la confiture

சாக்கலடேட் ஸ்பிரட்

....

la crème nougat

குழம்பு

....

le curry

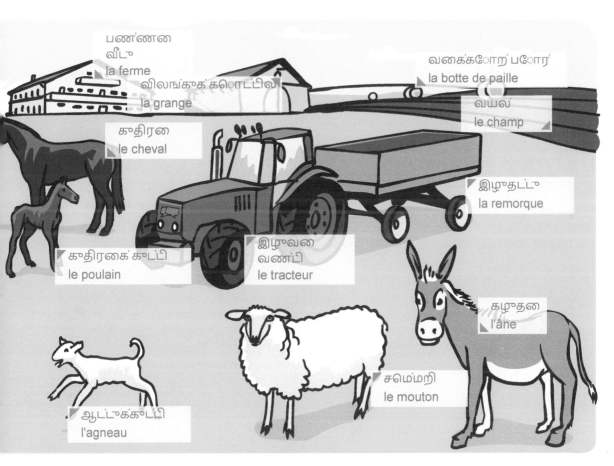

பண்ணை
la ferme

விலங்குக் கொட்டில்
la grange
வைக்கோற் போர்
la botte de paille
வயல்
le champ
குதிரை
le cheval
இழுதட்டு
la remorque
குதிரைக் குட்டி
le poulain
இழுவை வண்டி
le tracteur
கழுதை
l'âne
செம்மறி
le mouton
ஆட்டுக்குட்டி
l'agneau

ஆடு
....
la chèvre

பசு
....
la vache

கன்றுக் குட்டி
....
le veau

பன்றி
....
le porc

பன்றிக்குட்டி
....
le porcelet

காளை
....
le taureau

வாத்து

l'oie

வாத்து

le canard

கோழிக்குஞ்சு

le poussin

கோழி

la poule

சேவற்குஞ்சு

le coq

எலி

le rat

பூனை

le chat

சுண்டெலி

la souris

மாடு

le bœuf

நாய்

le chien

நாய்க்கூடு

le chenil

தோட்ட நீர்க்குழாய்

le tuyau de jardin

நீர்ப்பாசனக் குவளை

l'arrosoir

அரிவாள்

la faucheuse

கலப்பை

la charrue

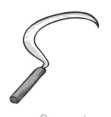

அரிவாள்

la faucille

மண்வெட்டி

la pioche

மண் வெட்டி

la fourche

கோடாரி

la hache

ஒற்றைச் சில்லு வண்டி

la brouette

தொட்டி

la cuve

பாற்பேணி

le pot à lait

சாக்குப் பை

le sac

வேலி

la clôture

நிலையான

l'étable

கிரீன்ஹவுஸ்

la serre

மண்

le sol

விதை

les semences

உரம்

l'engrais

தானிய அறுவடை இயந்திரம்

la moissonneuse-batteuse

அறுவடை
....
récolter

அறுவடை
....
la récolte

கருணைக் கிழங்கு
....
l'igname

கோதுமை
....
le blé

சோயா
....
le soja

உருளைக்கிழங்கு
....
la pomme de terre

சோளம்
....
le maïs

கடுகு
....
le colza

பழ மரம்
....
l'arbre fruitier

மரவள்ளிக் கிழங்கு
....
le manioc

தானியங்கள்
....
les céréales

வீடு

la maison

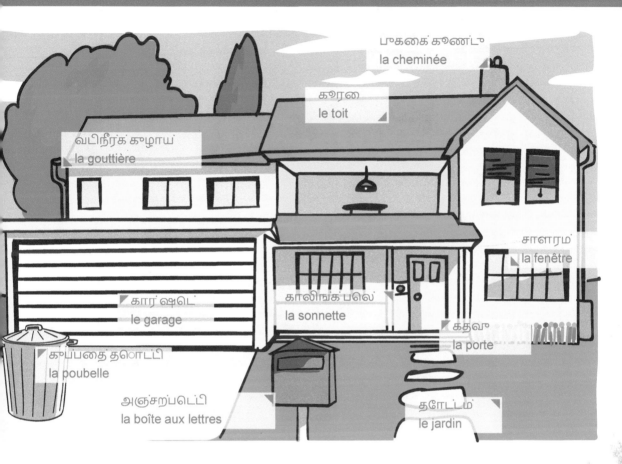

புகைக் கூண்டு
la cheminée
கூரை
le toit
வடிநீர்க் குழாய்
la gouttière
சாளரம்
la fenêtre
கார் ஷெட்
le garage
காலிங் பெல்
la sonnette
கதவு
la porte
குப்பைத் தொட்டி
la poubelle
அஞ்சற்பெட்டி
la boîte aux lettres
தோட்டம்
le jardin

லிவிங் ரூம்

le salon

குளியலறை

la chambre de bain

சமையலறை

la cuisine

படுக்கையறை

la chambre à coucher

குழந்தையின் அறை

la chambre d'enfant

உணவருந்தும் அறை

la salle à manger

தரை

le sol

சுவர்

le mur

உட்கூரை

le plafond

பாதாள

la cave

வெந்நீர் குளியல் டப்

le sauna

மேன்மாடம்

le balcon

வெளித்தளம்

la terrasse

தடாகம்

la piscine

புற்செதுக்கி

la tondeuse à gazon

தாள்

la fourre de duvet

படுக்கை விரிப்பு

la couette

படுக்கை

le lit

தும்புத்தடி

le balai

வாளி

le sceau

சுவிட்ச்

l'interrupteur

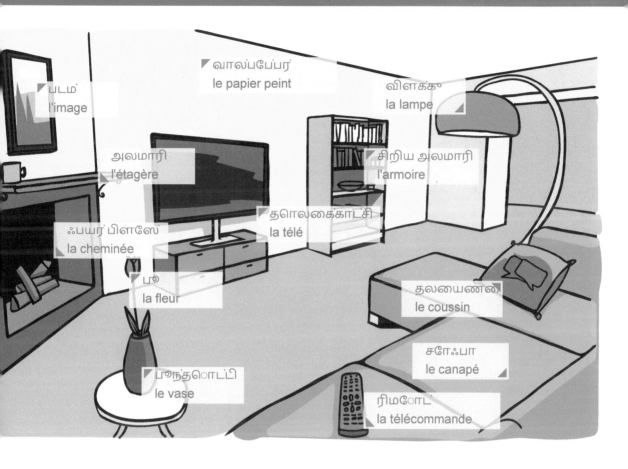

லிவிங்க் ரூம்

le salon

le papier peint
விளக்கு
la lampe
அலமாரி
l'étagère
சிறிய அலமாரி
l'armoire
தொலைக்காட்சி
la télé
ஃபயர் பிளேஸ்
la cheminée
பூ
la fleur
தலையணை
le coussin
சோஃபா
le canapé
பூந்தொட்டி
le vase
ரிமோட்
la télécommande

கம்பளம்

le tapis

திரை

le rideau

மேசை

la table

நாற்காலி

la chaise

ராக்கிங் சேர்

la chaise à bascule

நாற்காலி

le fauteuil

புத்தகம்

le livre

போர்வை

la couverture

அலங்காரம்

la décoration

விறகு

le bois de chauffage

படம்

le film

ஹைபை

la chaîne hi-fi

சாவி

la clé

செய்தித்தாள்

le journal

படம்

la peinture

சுவரொட்டி

le poster

வானொலி

la radio

குறிப்புப் புத்தகம்

le bloc-notes

வேக்கம் கிளீனர்

l'aspirateur

முள் செடி

le cactus

மெழுகுவர்த்தி

la bougie

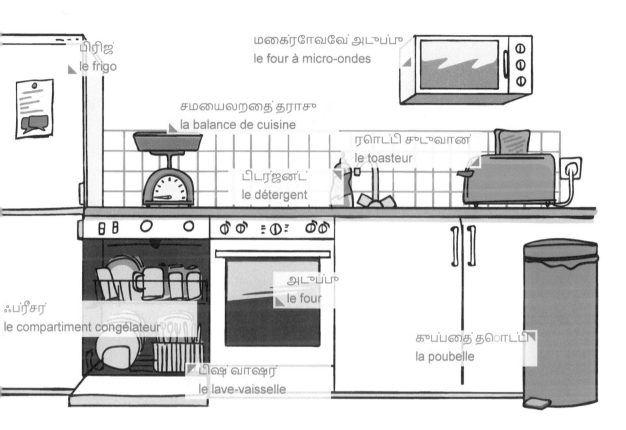

பிரிஜ்
le frigo
மைக்ரோவேவ் அடுப்பு
le four à micro-ondes
சமையலறைத் தராசு
la balance de cuisine
ரொட்டி சுடுவான்
le toasteur
டிடர்ஜன்ட்
le détergent
அடுப்பு
le four
ஃப்ரீசர்
le compartiment congélateur
குப்பைத் தொட்டி
la poubelle
டிஷ் வாஷர்
le lave-vaisselle

குக்கர்
le four

பானை
la casserole

இரும்பு பானை
la marmite

கடாய்
le wok/kadai

தோசைக் கல்
la poêle

கெட்டில்
la bouilloire électrique

ஆவி வவெிப்பான்

....

le cuiseur vapeur

பகேக்கிங் டிரே

....

la plaque de cuisson

மசேதைத் தட்டுமுட்டுப் பொருட்கள்

....

la vaisselle

குவளை

....

le gobelet

கிண்ணம்

....

le bol

உணவு குச்சிகள்

....

les baguettes

மஜேசைக் கரண்டி

....

la louche

தோசை திருப்பி

....

la spatule

துடைப்பம்

....

le fouet

வடிகட்டி

....

la passoire

சல்லடை

....

le tamis

பொடி சயெ்வான்

....

la râpe

அம்மிக்கல்

....

le mortier

பார்பகெ்யூ

....

le barbecue

விரகடுப்பு

....

la cheminée

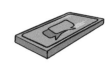

நறுக்கி தட்டு

....

la planche à découper

உருட்டுக் கட்டை

....

le rouleau à pâtisserie

மூடி திருகி

....

le tire-bouchon

கனே

....

la boîte

கனே திறப்பான்

....

l'ouvre-boîte

கரித் துணி

....

les maniques

சிங்க்

....

le lavabo

பிரஷ்

....

la brosse

ஸ்பாஞ்ச்

....

l'éponge

பிளண்டர்

....

le mixeur

ஃப்ரீசர்

....

le congélateur

குழந்தை பாட்டில்

....

le biberon

குழாய்

....

le robinet

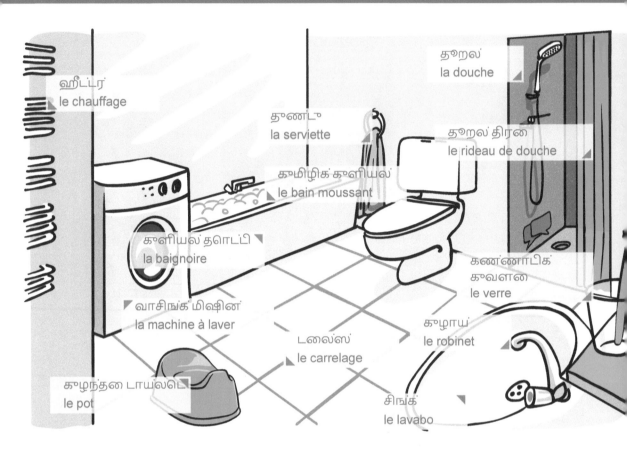

குளியலறை

la chambre de bain

ஹீட்டர்
le chauffage
துண்டு
la serviette
தூறல்
la douche
தூறல் திரை
le rideau de douche
குமிழிக் குளியல்
le bain moussant
குளியல் தொட்டி
la baignoire
வாசிங் மிஷின்
la machine à laver
டைல்ஸ்
le carrelage
குழாய்
le robinet
கண்ணாடிக் குவளை
le verre
குழந்தை டாய்லெட்
le pot
சிங்க்
le lavabo

கழிப்பறை

les toilettes

குந்து கழிப்பறை

la toilette à la turque

பிடெட்

le bidet

ஆண்கள் சிறுநீர் கழிப்பிடம்

l'urinoir

டாய்லெட் பேப்பர்

le papier toilette

டாய்லெட் பிரஷ்

la brosse à toilette

டூத் பிரஷ்
....
la brosse à dents

டூத் பஸேட்
....
le dentifrice

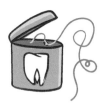

பல் ஃபிளாஸ்
....
le fil dentaire

கழுவு
....
laver

ஹேண்ட் ஷவர்
....
la douche manuelle

ஹேண்ட் ஃபிளஷ்
....
la douche intime

பேசின்
....
la vasque

டாய்லட் பிரஷ்
....
la brosse dorsale

சோப்
....
le savon

குளியல் ஜெல்
....
le gel douche

ஷாம்பூ
....
le shampooing

கம்பளித் துணி
....
le gant de toilette

குளியலறை
பிரனைஜே
....
l'écoulement

கிரீம்
....
la crème

டியோடரன்ட்
....
le déodorant

பாத்ரூம் கண்ணாடி

....

le miroir

கைக் கண்ணாடி

....

le miroir cosmétique

சவரக் கருவி

....

le rasoir

சவரன் நுரை

....

la mousse à raser

ஷேவிங் செட்

....

l'après-rasage

சீப்பு

....

la peigne

பிரஷ்

....

la brosse

ஹேர் டிரையர்

....

le sèche-cheveux

ஹேர் ஸ்பிரே

....

la laque pour cheveux

மேக் அப் செட்

....

le fond de teint

லிப்ஸ்டிக்

....

le rouge à lèvres

நக பூச்சு

....

le vernis à ongles

பருத்திக் கம்பளி

....

l'ouate

நக வெட்டி

....

le coupe-ongles

பெர்ஃபியூம்

....

le parfum

கழுவு பை

....

la trousse de toilette

ஸ்டூல்

....

le tabouret

தராசு

....

la balance

குளியல் உடை

....

le peignoir

ரப்பர் கையுறைகள்

....

les gants de nettoyage

டாம்போன்

....

le tampon

டைக்கும் துண்டு

....

s serviettes hygiéniques

இரசாயன கழிப்பறை

....

la toilette chimique

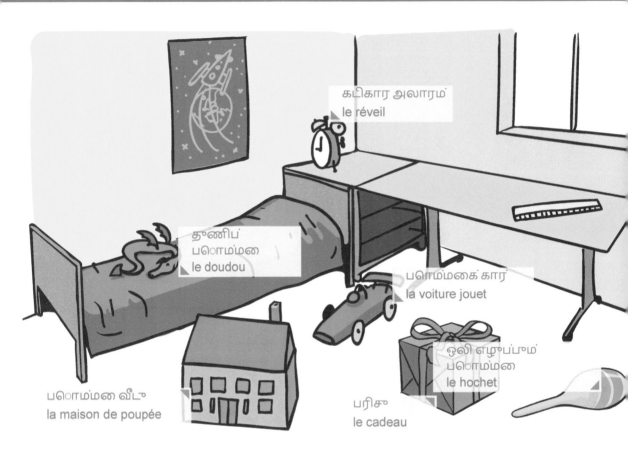

குழந்தையின் அறை

la chambre d'enfant

கடிகார அலாரம்
le réveil
துணிப் பொம்மை
le doudou
பொம்மைக் கார்
la voiture jouet
ஒலி எழுப்பும் பொம்மை
le hochet
பொம்மை வீடு
la maison de poupée
பரிசு
le cadeau

பலூன்

le ballon

படுக்கை

le lit

தள்ளுவண்டி

la poussette

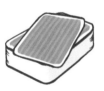

சீட்டுக் கட்டு

le jeu de cartes

புதிர்

le puzzle

சித்திரக்கதை

la bande dessinée

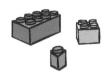

லகெோ பிரிக்ஸ்

les pièces lego

பொம்மைத் துண்டுகள்

les blocs de construction

நடவடிக்கை
எண்ணிக்கை

la figurine

பேபி கிரோ

la grenouillère

பிரிஸ்பீ

le frisbee

மொபைல்

le mobile

ளையாட்டுப் பலகை

le jeu de société

தாயம்

le dé

மாதிரித் தொடருந்துத்
தொகுப்பு

le train miniature

போலி

la sucette

கட்சி

la fête

படப் புத்தகம்

le livre d'images

பந்து

la balle

பொம்மை

la poupée

விளையாடு

jouer

மண்கலம்
....
le bac à sable

ஊஞ்சல்
....
la balançoire

பொம்மைகள்
....
les jouets

வீடியோ கேம் கன்சோல்
....
la console de jeu

மூன்று சக்கர வண்டி
....
le tricycle

கரடி பொம்மை
....
l'ours en peluche

அலமாரி
....
l'armoire

ஆடை
les vêtements

காலுறைகள்
....
les chaussettes

உள் காலுறைகள்
....
les bas

டைட்ஸ்
....
le collant

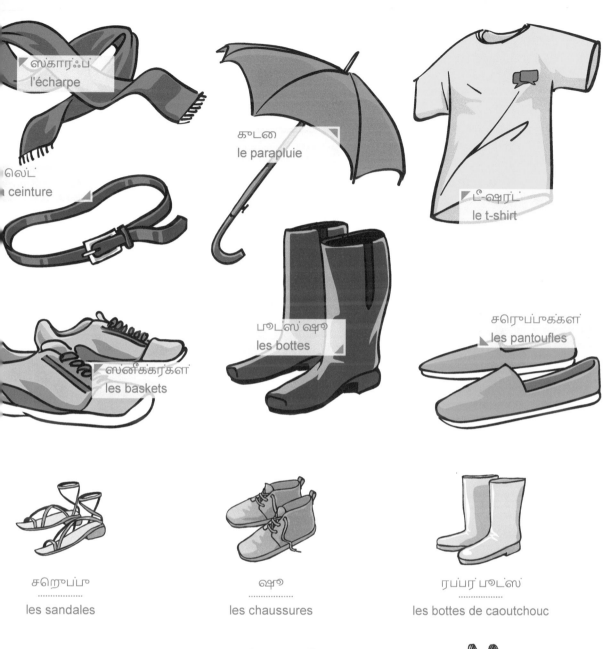

ஸ்காரஃப்
l'écharpe

லெட்
ceinture

குடை
le parapluie

டீ-ஷரட்
le t-shirt

பூடஸ் ஷூ
les bottes

சரெப்ப்ஃக்கள்
les pantoufles

ஸ்னீக்கர்கள்
les baskets

சரெப்ப்பு
·················
les sandales

ஷூ
·················
les chaussures

ரப்பர் பூடஸ்
·················
les bottes de caoutchouc

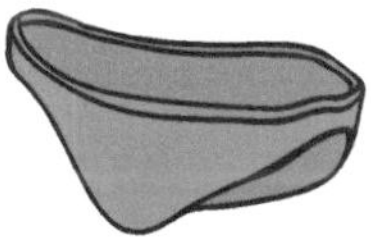

உள்ளாடகை
காலசட்டகைகள்
·················
le linge de corps

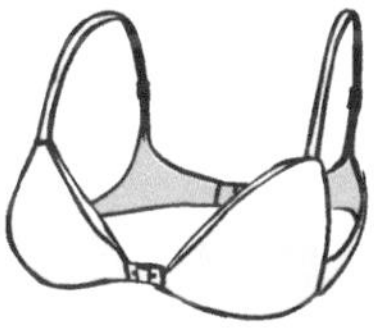

கலொங்கன
·················
le soutien-gorge

மலே கோட
·················
le maillot de corps

ஆடை - les vêtements   45

உடல்

....

le body

பிரவுசர்

....

le pantalon

ஜீன்ஸ்

....

le jean

பாவாடை

....

la jupe

பிளவுஸ்

....

le chemisier

சட்டை

....

la chemise

புல் ஓவர்

....

le pull

ஸ்வெட்டர்

....

le pull-over à capuche

பிளேசர்

....

la veste

மேலணி

....

la veste

கோட்

....

le manteau

மழை கோட்

....

l'imperméable

ஆடை வகை

....

le costume

நீளாடை

....

la robe

திருமண உடை

....

la robe de mariée

சூட்

....

le costume

இரவுடை

....

la chemise de nuit

பைஜாமாக்கள்

....

le pyjama

புடவை

....

le sari

ஸ்கார்ஃப்

....

le foulard

தலைப்பாகை

....

le turban

புர்கா

....

la burqa

காஃப்தன்

....

le caftan

அபயா

....

l'abaya

நீச்சலுடை

....

le maillot de bain

டிரங்க்ஸ்

....

le costume de bain

அரைக்கால் சட்டை

....

les cuissettes

டிராக் சூட்

....

a tenue d'entraînement

மேல் அங்கி

....

le tablier

கையுறைகள்

....

les gants

பொத்தான்

le bouton

கண் கண்ணாடி

les lunettes

பிரேஸ்லெட்

le bracelet

நெக்லஸ்

le collier

மோதிரம்

la bague

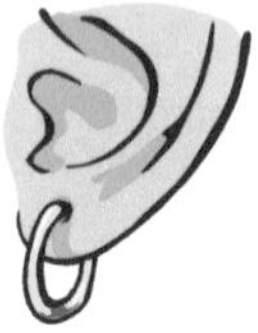

தோடு

la boucle d'oreille

தொப்பி

le bonnet

சட்டை தூக்கி

le cintre

வட்டத் தொப்பி

le chapeau

டை

la cravate

ஜிப்

la fermeture éclair

ஹெல்மெட்

le casque

மறேப்பட்டி

les bretelles

பள்ளி சீருடை

l'uniforme scolaire

சீருடை

l'uniforme

ழந்தகை கழுத்தணி

le bavoir

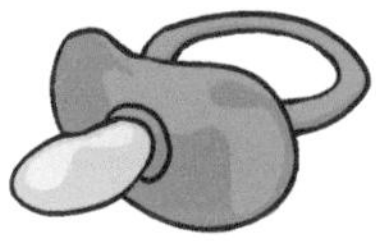

பசேலி

la sucette

டயப்பர்

la couche

அலுவலகம்
le bureau

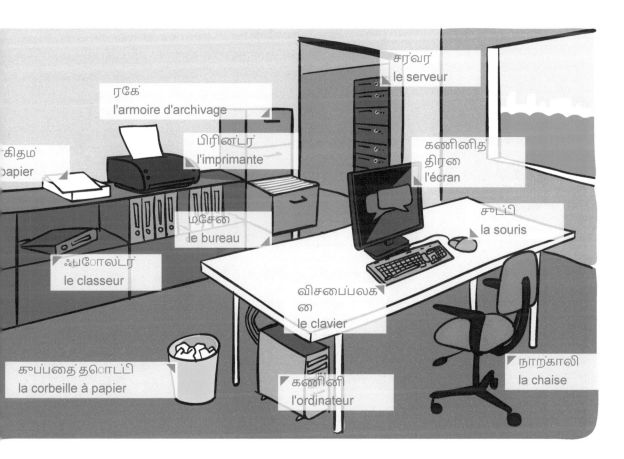

ரகே
l'armoire d'archivage

சர்வர்
le serveur

கிதம்
apier

பிரின்ட்ர்
l'imprimante

கணினித்
திரை
l'écran

மசேன
le bureau

சுட்டி
la souris

ஃபோலட்ர்
le classeur

விசபைப்பலக
னை
le clavier

குப்பதை தொட்டி
la corbeille à papier

கணினி
l'ordinateur

நாற்காலி
la chaise

காஃபி டமப்ளர்

la tasse à café

கால்குலடேட்ர்

la calculatrice

இணையைம்

l'internet

மடிக்கணினி
....
l'ordinateur portable

கடிதம்
....
la lettre

செய்தி
....
le message

மொபைல்
....
le portable

வலையமைப்பு
....
le réseau

ஜெராக்ஸ் மிஷின்
....
la photocopieuse

மென்பொருள்
....
le logiciel

தொலைபேசி
....
le téléphone

பிளக் பாயின்ட்
....
la prise

தொலைநகல் இயந்திரம்
....
le fax

வரவேற்புப் படிவம்
....
le formulaire

ஆவணம்
....
le document

வாங்க

acheter

செலுத்த

payer

வர்த்தகம்

marchander

பணம்

la monnaie

டாலர்

le dollar

யூரோ

l'euro

யென்

le yen

ரப்பிள்

le rouble

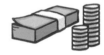

சுவிஸ் ஃபிராங்க்

le franc suisse

ரென்மின்பி யுவான்

le renminbi yuan

ரூபாய்

la roupie

பணம் கட்டுமிடம்

le distributeur automatique

நாணயமாற்று
அலுவலகம்
....
le bureau de change

தங்கம்
....
l'or

வெள்ளி
....
l'argent

எண்ணெய்
....
le pétrole

ஆற்றல்
....
l'énergie

விலை
....
le prix

ஒப்பந்தம்
....
le contrat

வரி
....
la taxe

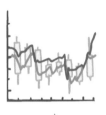

பங்கு
....
l'action

வேலை
....
travailler

ஊழியர்
....
l'employé

முதலாளி
....
l'employeur

தொழிற்சாலை
....
l'usine

கடை
....
le magasin

தொழில்கள்
les professions

காவல்துறை
அதிகாரி
l'agent de police
தீயணைப்பு வீரர்
le pompier
சமையற்காரர்
le cuisinier
மருத்துவர்
le médecin
விமானி
le pilote

தோட்டக்காரர்

le jardinier

கார்பென்டர்

le menuisier

பெண் டெய்லர்

la couturière

நீதிபதி

le juge

வேதியியலாளர்

le chimiste

நடிகர்

l'acteur

பரேுந்து ஓட்டுனர்

....

le conducteur de bus

டாக்ஸி ஓட்டுனர்

....

le chauffeur de taxi

மீனவர்

....

le pêcheur

பணெ் துப்புரவுப் பணியாளர்

....

la femme de ménage

கூரை வயேப்பவர்

....

le couvreur

வயெிட்டர்

....

le serveur

வடேட்டைக்காரன்

....

le chasseur

பயெின்டர்

....

le peintre

பகேக்கர்

....

le boulanger

எலக்ட்ரீஷியன்

....

l'électricien

கொத்தனார்

....

l'ouvrier

பொறியியலாளர்

....

l'ingénieur

இறைச்சிக் கடைக்காரர்

....

le boucher

பிளம்பர்

....

le plombier

தபால்காரர்

....

le facteur

சிப்பாய்

le soldat

கட்டிடக் கலைஞர்

l'architecte

கேஷியர்

le caissier

பூ வியாபாரி

le fleuriste

சிகையலங்கார நிபுணர்

le coiffeur

நடத்துனர்

le contrôleur

மெக்கானிக்

le mécanicien

தலைவன்

le capitaine

பல் மருத்துவர்

le dentiste

விஞ்ஞானி

le scientifique

போதகர்

le rabbin

இமாம்

l'imam

துறவி

le moine

குருமார்

le prêtre

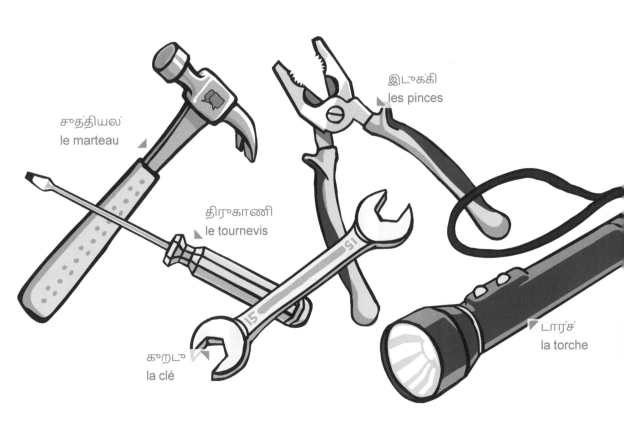

கருவிகள்
les outils

சுத்தியல்
le marteau
இடுக்கி
les pinces
திருகாணி
le tournevis
குறடு
la clé
டார்ச்
la torche

அகழியந்திரம்

la pelleteuse

கருவிப்பெட்டி

la boîte à outils

ஏணி

l'échelle

அரிவாள்

la scie

ஆணிகள்

les clous

துளை கருவி

la perceuse

பழுது

réparer

மண்வாரி

la pelle

அடடா!

Mince!

தூசுத்தட்டு

la pelle

சாயக்குடம்

le pot de peinture

திருகாணிகள்

les vis

இசைக்கருவிகள்

les instruments de musique

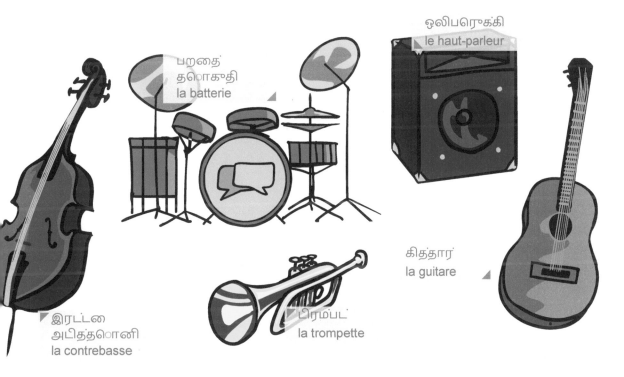

ஒலிபெருக்கி
le haut-parleur
தொகுதி
la batterie
கித்தார்
la guitare
இரட்டை
அடித்தொனி
la contrebasse
டிரம்பட்
la trompette

பியானோ

le piano

வயலின்

le violon

அடித்தொனி

la basse

பெரும்பறை

les timbales

பறை

le tambour

விசைப்பலகை

le piano électrique

சாக்ஸபோன்

le saxophone

புல்லாங்குழல்

la flûte

ஒலிவாங்கி

le microphone

விலங்குக் காட்சிச்சாலை

le zoo

le tigre
நுழைவாயில்
l'entrée
கூண்டு
la cage
வரிக்குதிரை
le zèbre
விலங்குணவு
l'alimentation animale
பண்டாக் கரடி
le panda

விலங்குகள்

les animaux

யானை

l'éléphant

கங்காரு

le kangourou

காண்டாமிருகம்

le rhinocéros

கொரில்லா

le gorille

கபிலக் கரடி

l'ours

ஒட்டகம்

le chameau

தீக்கோழி

l'autruche

சிங்கம்

le lion

குரங்கு

le singe

பிளமிங்கோ

le flamand rose

கிளி

le perroquet

துருவக் கரடி

l'ours polaire

பெங்குயின்

le pingouin

சுறா

le requin

மயில்

le paon

பாம்பு

le serpent

முதலை

le crocodile

விலங்குக்
காட்சிச்சாலைப்
பராமரிப்பாளர்
le gardien de zoo

கடற்சிங்கம்

le phoque

ஜாகுவார்

le jaguar

மட்டக்குதிரை

le poney

சிறுத்தை

le léopard

நீர்யானை

l'hippopotame

ஒட்டகச்சிவிங்கி

la girafe

கழுகு

l'aigle

பன்றி

le sanglier

மீன்

le poisson

ஆமை

la tortue

கடற்குதிரை

le morse

நரி

le renard

மான்

la gazelle

விளையாட்டு

les sports

அமெரிக்கக் கால்பந்து
l'american Football
சைக்கிள் பந்தயம்
le cyclisme
டென்னிஸ்
le tennis
கூடைப்பந்து
le basket-ball
நீச்சல்
la natation
குத்துச்சண்டை
la boxe
ஐஸ் ஹாக்கி
le hockey sur glace

கால்பந்து

le football

பேட்மிட்டன்

le badminton

தடகள விளையாட்டு

l'athlétisme

கைப்பந்து

le handball

பனிச்சறுக்கு

le ski

போலோ

le polo

நடவடிக்கைகள்
les activités

கெக்கலி கொட்டிச் சிரி
rire
குதி
sauter
கட்டியணை
embrasser
நட
marcher
பாடு
chanter
கனவு காண்
rêver
பிரார்த்தனை செய்
prier
முத்தம் கொடு
faire la bise

எழுது

écrire

வரை

dessiner

காட்டு

montrer

தள்ளு

pousser

கொடு

donner

எடு

prendre

வேண்டும்

avoir

செய்

faire

இரு

être

நிமிர்ந்து நில்

être debout

ஓடு

courir

இழு

trier

வீசியெறி

jeter

மேலே விழு

tomber

சாய்ந்து கொள்

être couché

காத்திரு

attendre

கொண்டு செல்

porter

உட்கார்

être assis

ஆடையணி

s'habiller

உறங்கு

dormir

எழுந்திரு

se réveiller

பார்
regarder

அழு
pleurer

தடவு
caresser

தலை வார்
peigner

பேசு
parler

புரிந்து கொள்
comprendre

கேட்க
demander

செவிமடு
écouter

குடி
boire

சாப்பிடு
manger

ஒழுங்கு படுத்து
ranger

அன்பு காட்டு
aimer

சமையல்காரர்
cuire

இயக்கி
conduire

பற
voler

புறப்பட்டது

faire de la voile

கணக்கிடு

calculer

வாசி

lire

அறிய

apprendre

வேலை

travailler

திருமணம்

se marier

தை

coudre

பல் துலக்கு

se brosser les dents

கொலை

tuer

புகை

fumer

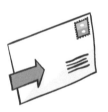

அனுப்பு

envoyer

குடும்பம்
la famille

தாத்தா
le grand-père
தந்தை
le père
தாய்
la mère
குழந்தை
le bébé
மகள்
la fille
மகன்
le fils

விருந்தினர்

l'hôte

அத்தை

la tante

மாமா

l'oncle

சகோதரன்

le frère

சகோதரி

la sœur

உடல்

le corps

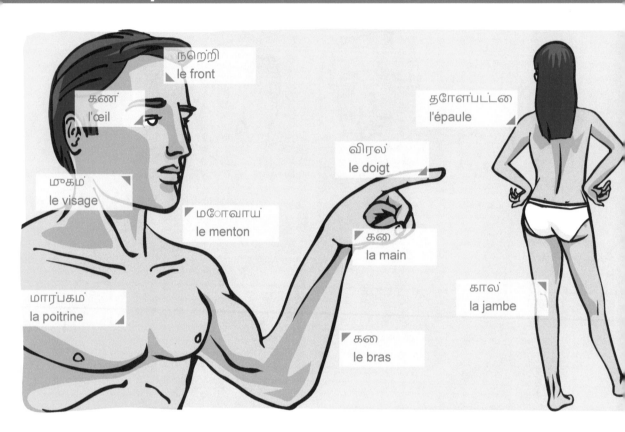

நெற்றி
le front
கண்
l'œil
தோள்பட்டை
l'épaule
விரல்
le doigt
முகம்
le visage
மோவாய்
le menton
கை
la main
கால்
la jambe
மார்பகம்
la poitrine
கை
le bras

குழந்தை

le bébé

ஆண்

l'homme

பெண்

la femme

சிறுமி

la fille

சிறுவன்

le garçon

தலை

la tête

பின்புறம்

le dos

வயிறு

le ventre

தொப்புள்

le nombril

கால் விரல்

l'orteil

குதிங்கால்

le talon

எலும்பு

l'os

இடுப்பு

la hanche

முழங்கால்

le genou

முழங்கை

le coude

மூக்கு

le nez

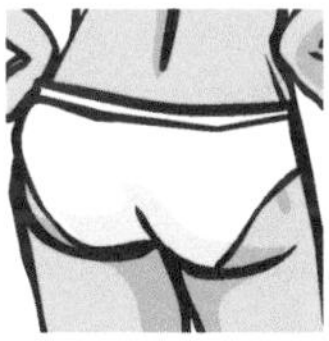

பிட்டம்

les fesses

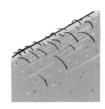

தோல்

la peau

கன்னம்

la joue

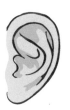

காது

l'oreille

உதடு

la lèvre

வாய்

la bouche

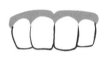

பல்

la dent

நாக்கு

la langue

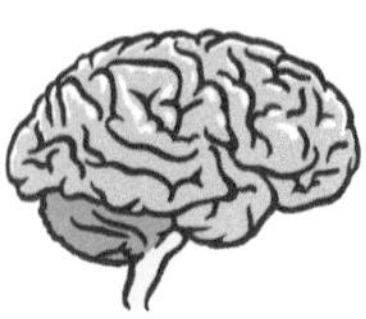

மூளை

le cerveau

இதயம்

le cœur

தசை

le muscle

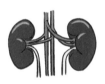

நுரையீரல்

les poumons

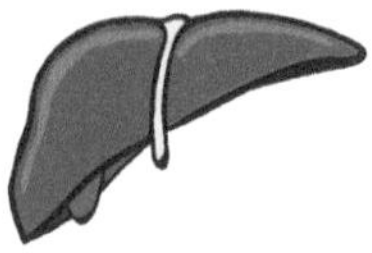

ஈரல்

le foie

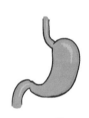

உள்வயிறு

l'estomac

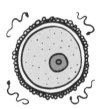

சிறுநீரகங்கள்

les reins

பாலுறவு

le rapport sexuel

ஆணுறை

le préservatif

சினை முட்டை

l'ovule

விந்து

le sperme

கர்ப்பம்

la grossesse

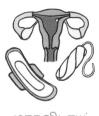

மாதவிடாய்

la menstruation

யோனி

le vagin

ஆண்குறி

le pénis

புருவம்

le sourcil

முடி

les cheveux

கழுத்து

le cou

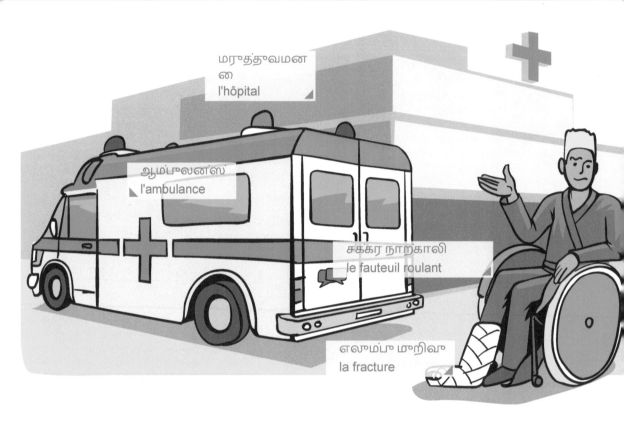

மருத்துவமனை

l'hôpital

ஆம்புலன்ஸ்
l'ambulance
சக்கர நாற்காலி
le fauteuil roulant
எலும்பு முறிவு
la fracture

மருத்துவர்

le médecin

அவசர அறை

le service des urgences

செவிலியர்

l'infirmière

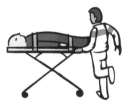

எக்ஸ்-ரே

l'urgence

மயக்கம்

inconscient

வலி

la douleur

காயம்

....

la blessure

இரத்தப்போக்கு

....

l'hémorragie

மாரடைப்பு

....

la crise cardiaque

வலிப்பு

....

l'attaque cérébrale

ஒவ்வாமை

....

l'allergie

இருமல்

....

la toux

காய்ச்சல்

....

la fièvre

சளிக்காய்ச்ல்

....

la grippe

வயிற்றுப்போக்கு

....

la diarrhée

தலைவலி

....

le mal de tête

புற்றுநோய்

....

le cancer

நீரிழிவு நோய்

....

le diabète

அறுவை சிகிச்சையாளர்

....

le chirurgien

ஸ்கால்பெல் கத்தி

....

le scalpel

அறுவை சிகிச்சை

....

l'opération

சி.டி

....

le CT

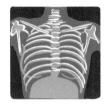

எக்ஸ்-ரே

....

la radiographie

அல்ட்ராசவுண்ட்

....

l'échographie

முகமூடி

....

le masque

நோய்

....

la maladie

காத்திருப்பு அறை

....

la salle d'attente

ஊன்றுகோல்

....

la béquille

பிளாஸ்திரி

....

le pansement

பேண்டேஜ்

....

le pansement

ஊசி

....

l'injection

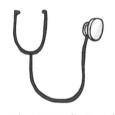

ஸ்டெதொஸ்கோப்

....

le stéthoscope

ஸ்ட்ரெச்சர்

....

le brancard

தெர்மாமீட்டர்

....

le thermomètre

பிறப்பு

....

l'accouchement

அதிக எடை

....

le surpoids

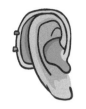

செவிப்பறை கருவி

....

l'appareil auditif

கிருமிநாசினி

....

le désinfectant

தொற்றுநோய்

....

l'infection

வைரஸ்

....

le virus

எச்.ஐ.வி / எய்ட்ஸ்

....

le VIH / le sida

மருந்து

....

le médicament

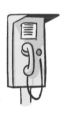

தடுப்பூசி

....

la vaccination

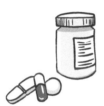

மாத்திரைகள்

....

les tablettes

மாத்திரை

....

la pilule

அவசர அழைப்பு

....

l'appel d'urgence

இரத்தக் கொதிப்பு கண்காணிப்பான்

....

le tensiomètre

நோயாளி/ஆரோக்கிய மானவர்

....

malade / sain

எக்ஸ்-ரே
l'urgence

உதவுங்கள்!

Au secours!

அலாரம்

l'alarme

அடித்தல்

l'agression

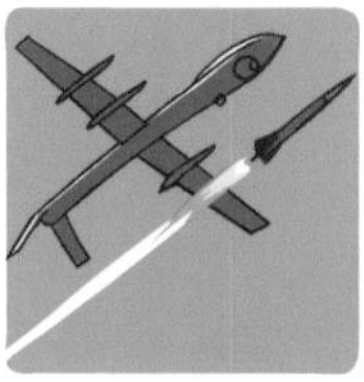

தாக்குதல்

l'attaque

ஆபத்து

le danger

அவசரகால வெளியேற்றம்

la sortie de secours

தீ!

Au feu!

தீ அணைப்பான்

l'extincteur

விபத்து

l'accident

முதலுதவிப் பெட்டி

la trousse de premier secours

அவசர உதவி தேவை

SOS

காவல்துறை

la police

பூமி
la terre

ஐரோப்பா

l'Europe

வட அமெரிக்கா

l'Amérique du Nord

தென் அமெரிக்கா

l'Amérique du Sud

ஆப்பிரிக்கா

l'Afrique

ஆசியா

l'Asie

ஆஸ்திரேலியா

l'Australie

அட்லான்டிக்

l'Océan atlantique

பசிபிக்

l'Océan pacifique

இந்து சமுத்திரம்

l'Océan indien

அண்டார்டிகா சமுத்திரம்

l'Océan antarctique

ஆர்டிக் கடல்

l'Océan arctique

வட துருவம்

le Pôle nord

தென் துருவம்

le Pôle sud

அன்டார்டிகா

l'Antarctique

பூமி

la terre

நிலம்

le pays

கடல்

la mer

தீவு

l'île

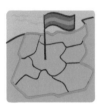

நாட்டின்

la nation

நிலை

l'état

கடிகாரம்

l'horloge

கடிகார முகம்

le cadran

மணி முள்

l'aiguille des heures

நிமிட முள்

l'aiguille des minutes

செக்கன்டு முள்

'aiguille des secondes

மணி என்ன?

Quelle heure est-il?

நாள்

le jour

நேரம்

le temps

இப்போது

maintenant

டிஜிடல் கடிகாரம்

la montre digitale

நிமிடம்

la minute

மணி

l'heure

வாரம்
la semaine

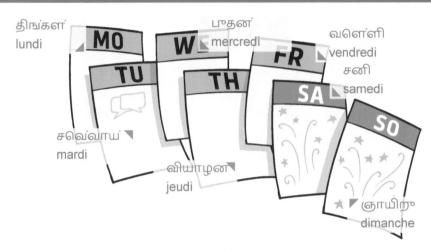

திங்கள்
lundi
செவ்வாய்
mardi
mercredi
வியாழன்
jeudi
வெள்ளி
vendredi
SA
சனி
samedi
ஞாயிறு
dimanche

நேற்று
....
hier

இன்று
....
aujourd'hui

நாளை
....
demain

காலை
....
le matin

நண்பகல்
....
le midi

சாயங்காலம்
....
le soir

வேலை நாட்கள்
....
les jours ouvrables

வார இறுதி
....
le week-end

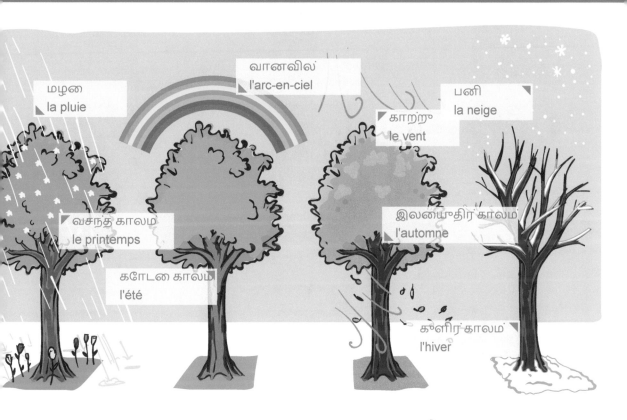

மழை
la pluie

வானவில்
l'arc-en-ciel

பனி
la neige

காற்று
le vent

வசந்த காலம்
le printemps

இலையுதிர் காலம்
l'automne

கோடை காலம்
l'été

குளிர் காலம்
l'hiver

4.APRIL	11°	☀
5.APRIL	4°	🌧
6.APRIL	13°	⛈
7.APRIL	8°	❄
8.APRIL	10°	☀

வானிலை
முன்னறிவிப்பு
....
la météo

வெப்பமானி
....
le thermomètre

சூரிய ஒளி
....
la lumière du soleil

மேகம்
....
le nuage

மூடுபனி
....
le brouillard

ஈரப்பதம்
....
l'humidité

மின்னல்

la foudre

இடி

le tonnerre

புயல்

la tempête

ஆலங்கட்டி மழை

la grêle

பருவமழை

la mousson

வெள்ள

l'inondation

பனி

la glace

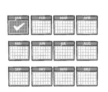

ஜனவரி

janvier

பிப்ரவரி

février

மார்ச்

mars

ஏப்ரல்

avril

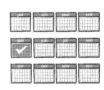

மே

mai

ஜூன்

juin

ஜூலை

juillet

ஆகஸ்ட்

août

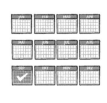

செப்டம்பர்

septembre

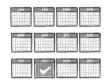

அக்டோபர்

octobre

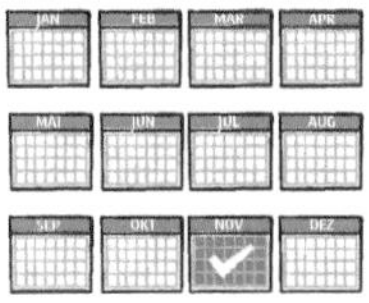

நவம்பர்

novembre

டிசம்பர்

décembre

வடிவங்கள்
les formes

வட்டம்

le cercle

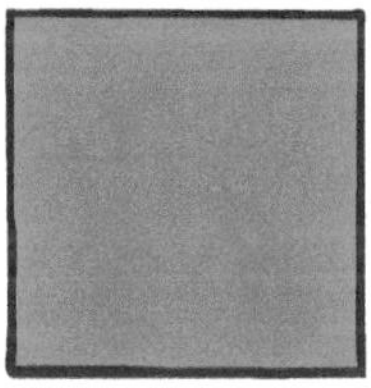

சதுரம்

le carré

செவ்வகம்

le rectangle

முக்கோணம்

le triangle

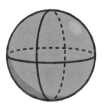

கோளம்

la sphère

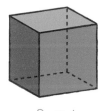

கியூப்

le cube

நிறங்கள்

les couleurs

பிங்க்

blanc

சாம்பல்

jaune

மஞ்சள்

orange

ஊதா

rose

சிவப்பு

rouge

பிரவுன்

violet

நீலம்

bleu

கருப்பு

vert

ஆரஞ்சு

marron

வெள்ளை

gris

பச்சை

noir

எதிர்ச் சொற்கள்
les oppositions

ிறைய / சிறிதளவு
....
beaucoup / peu

கோபம் / அமைதி
....
fâché / calme

அழகானது / அசிங்கமானது
....
joli / laid

தொடக்கம் / முடிவு
....
le début / la fin

சிறியது / பெரியது
....
grand / petit

வெளிச்சம் / இருட்டு
....
clair / obscure

சகோதரன் / சகோதரி
....
le frère / la sœur

சுத்தமான / அழுக்கான
....
propre / sale

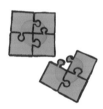

முடிந்தது / முடிக்கவில்லை
....
complet / incomplet

பகல் / இரவு
....
le jour / la nuit

உயிருடன் / இறந்த
....
mort / vivant

அகன்ற / ஒடுங்கிய
....
large / étroit

உண்ணத்தக்கது/
சாப்பிடக் கூடாதது

comestible / incomestible

தீமை/அன்பு

méchant / gentil

உற்சாகம்/சலிப்பு

excité / ennuyé

குண்டு/ஒல்லி

gros / mince

முதல் / இறுதி

le premier / le dernier

நண்பன் / எதிரி

l'ami / l'ennemi

நிறைவு / வெறுமை

plein / vide

கடினமான /
மிருதுவான

dur / souple

பாரமான / இலகுவான

lourd / léger

பட்டினி / தாகம்

faim / soif

நோயாளி/ஆரோக்கிய
மானவர்

malade / sain

சட்டவிரோதம் /
சட்டத்திற்குட்பட்டது

illégal / légal

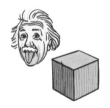

அறிவாளி / முட்டாள்

intelligent / stupide

இடது / வலது

gauche / droite

அருகில் / தொலைவில்

proche / loin

ுதியது/பழையது
....
nouveau / usé

ஏதுமில்லை / ஏதனேும் ஒன்று
....
rien / quelque chose

முதிச்சி / இளமை
....
vieux / jeune

ஆன்/ஆஃப்
....
marche / arrêt

திறந்த / மூடிய
....
ouvert / fermé

அமதைி/இரசைச்சல்
....
faible / fort

ணக்காரன் / ஏழை
....
riche / pauvre

சரியானது / பிழையானது
....
correct / incorrect

கடினமான/மனெ்மையைான
....
rugueux / lisse

துக்கம் / மகிழ்ச்சி
....
triste / heureux

குறுகிய / நீண்ட
....
court / long

வகேமான / மதெுவான
....
lent / rapide

உலர்ந்த / ஈரமான
....
mouillé / sec

சூடு/ குளிர்
....
chaud / froid

பரோர் / சமாதானம்
....
la guerre / la paix

எண்கள்
les nombres

0

பூஜ்யம்

zéro

1

ஒன்று

un

2

இரண்டு

deux

3

மூன்று

trois

4

நான்கு

quatre

5

ஐந்து

cinq

6

ஆறு

six

7

ஏழு

sept

8

எட்டு

huit

9

ஒன்பது

neuf

10

பத்து

dix

11

பதினொன்று

onze

12

பன்னிரண்டு

douze

13

பதின்மூன்று

treize

14

பதினான்கு

quatorze

15

பதினைந்து

quinze

16

பதினாறு

seize

17

பதினேழு

dix-sept

18

பதினெட்டு

dix-huit

19

பத்தொன்பது

dix-neuf

20

இருபது

vingt

100

நூறு

cent

1.000

ஆயிரம்

mille

1.000.000

மில்லியன்

le million

மொழிகள்
les langues

ஆங்கிலம்

l'anglais

அமெரிக்க ஆங்கிலம்

l'anglais américain

சீன மாண்டரின்

le chinois mandarin

ஹிந்தி

le hindi

ஸ்பானிஷ்

l'espagnol

பிரென்சு

le français

அரபேியம்

l'arabe

ரஷியம்

le russe

போர்த்துகீசியம்

le portugais

வங்காளம்

le bengali

ஜெர்மன்

l'allemand

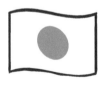

ஜபேப்பனீஸ்

le japonais

யார் / என்ன / எப்படி

qui / quoi / comment

நான்

je

நீங்கள்

tu

அவன் / அவள் / அது

il / elle

எங்களைப் பற்றி

nous

நீங்கள்

vous

அவர்கள்

ils / elles

யார்?

qui?

என்ன?

quoi?

எப்படி?

comment?

எங்கே?

où?

எப்பொழுது?

quand?

பெயர்

le nom

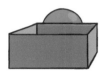

எங்கு

où

பின்னால்

derrière

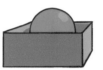

உள்ளே

dans

முன் பக்கம்

devant

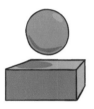

மேலே

au-dessus

மீது

sur

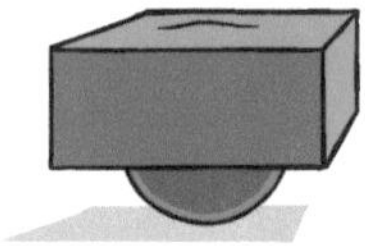

கீழ்

en-dessous

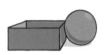

அருகில்

à côté de

இடையே

entre

இடம்

le lieu